iVALTamiழ ®

(இளம் எழுத்தாளர்)

என்னுடைய அன்புப் பாட்டி ஜெயந்தி சேதுராமன் அவர்களுக்கு இந்த நூலை காணிக்கை ஆக்குகிறேன்.

ராதிகா ஷா

ராதிகா, மாலதி, தியா என்னும்

மழைத்துளி அக்கா தங்கைகள்

தங்கள் அம்மா
அப்பாவுடன் சேர்ந்து
குடும்பமாக மேகத்தில்
வசித்து வந்தனர்.

எட்டு வயதான ராதிகா மூத்தவள்.

அடுத்தவள் மாலதிக்கு நான்கு வயது.

கடைக்குட்டி தியாவுக்கு ஒரு

வயது. அவர்கள் மூவருக்கும்

தனித்தனி அறைகள் இருந்தன.

எப்பொழுதும் படித்துக் கொண்டேயிருக்கும்

ராதிகா மிகவும் அறிவாளி.

தன் அறையைத் தூய்மையாகவும் ஒழுங்காகவும் மாலதி வைத்திருப்பாள்.

தியா நல்ல கற்பனைத் திறன் கொண்டவள்.

ராதிகாவின் தலையில் ஒரு
அழகிய பனிக்கட்டி இருந்தது.

மாலதியின் தலையில் சின்ன

சின்னப் பனித்துளிகள்

இருந்தன.

தியாவின் தலையில் ஒரு சிறிய

பூவைப் போன்ற பனித்துளி இருந்தது.

தியாவுக்கு வானவில் வரைந்து
வண்ணம் அடிக்க மிகவும் பிடிக்கும்.

அன்றும் அப்படி வரையத்
துடித்த தியாவை அம்மா
காத்திருக்கச் சொன்னாள்.

ஆனால், தியாவுக்குப்
பொறுமையில்லை.

தன் அக்காக்கள் இருவரின்
அறைகளையும் சேர்த்து ஒரு
மிகப்பெரிய வானவில்
வரைந்தாள்.

பின்னர், மிகவும் பரபரப்பாக எல்லா நிறங்களையும் கொண்டு வண்ணம் தீட்ட ஆரம்பித்தாள்.

இரண்டு மணிநேரமாக

அகரமுதலியில் மூழ்கியிருந்த

ராதிகா மெல்லத் திரும்பி

தியாவைப் பார்த்தவுடன்

"ஆஆஆ!" என்று கத்தினாள்.

அதைக்கேட்ட மாலதியும் தியாவைப் பார்த்து "ஆஆஆஆ" என்று கத்தினாள்.

வானவில்லை வரைந்து
முடித்திருந்த தியா வியப்புடன்
இவர்களைப் பார்த்தாள்.

"என் அறையில் ஏன் நிறம் தீட்டினாய்?" என்று மாலதி தியாவைக் கோபத்துடன் கேட்டாள்.

அவர்கள் கோபத்தைத்

தாங்கமுடியாத ..

தியா அழுது கொண்டே தன்
அறைக்கு ஓடினாள்.

"வாங்க, வாங்க! மழைத்துளிகளுடன் கீழே போகப்போகிறோம்!" என்று கூறிக்கொண்டே வந்த அம்மா,

அக்கா தங்கைகள் மூவரும் அமைதியாக இருப்பதைப் பார்த்தார்.

"என்ன ஆச்சு? ஏன் நீங்க எல்லாரும்

இவ்வளவு அமைதியா இருக்கிறீர்கள்?"

என்று அப்பா கேட்டார்.

அப்பொழுது "கபூம்!!!!" என்ற
இடியோசை கேட்டது.

"புயல் மழை தொடங்கிவிட்டது!
வாங்க!" என்ற அம்மா
சிரித்தாள்.

அவருடன் மூவரும் சேர்ந்து
கொண்டு கவலையை
மறந்து மகிழ்ச்சியுடன்
சிரித்தார்கள்.

அடுத்த நொடியில் அனைவரும் மேகத்திலிருந்து கீழே பறக்க ஆரம்பித்தார்கள்.

"வீ!" என்று ராதிகா, மாலதி, தியா

மூவரும் கையைப் பிடித்துக்

கொண்டு சிரித்தார்கள்.

எல்லா மழைத்துளிக் குடும்பங்களும்

ஆற்றில் விழுந்தன!

"ஆஆஆ! இங்கே ஏதோ நகர்கிறது!" என்று தியா கத்தினாள்.

ராதிகாவும் மாலதியும் தியா

பக்கத்தில் வந்து நின்று

ஆர்வத்துடன் பார்த்தார்கள்.

கவலைப்படாதே! இது ஒரு சிறிய

மீன்தான்!" என்று அப்பா சொன்னார்.

ராதிகா இப்பொழுது மேலே பார்த்தாள்.

"ஆகா! அந்த வானவில் எவ்வளவு அழகாக இருக்கிறது!" என்று கூறினாள்.

மாலதியும் மேலே பார்த்து
"இதை யார் வரைந்தார்கள்?"
என்று வியப்புடன் கேட்டாள்.

"நான் தான்! இந்த வானவில்லை நான் தான் வரைந்தேன்!" என்று பெருமையுடன் தியா சொன்னாள்.

"மன்னித்துக் கொள்ளுங்கள்! நான் உங்கள் அறைகளிலும் வானவில்லை வரைந்துவிட்டேன்." என்று சிறிய குரலில் கூறினாள்.

ராதிகாவும் மாலதியும் ஓடிப்போய்
தியாவைக் கட்டிபிடித்துக்
கொண்டார்கள்.

"நீ இதை வரைந்ததில்

எங்களுக்கு மிகவும் மகிழ்ச்சி!"

என்று கூறினார்கள்.

"மிகவும் சிறிய மழைத்துளியால் எவ்வளவு அழகான வானவில் வரைய முடிந்தது இல்லையா?" என்று அம்மா கேட்டாள்.

மூவரும் சிரித்துக்கொண்டே தலையை ஆட்டினார்கள்.

www.ingramcontent.com/pod-product-compliance
Lightning Source LLC
Chambersburg PA
CBHW040249100426
42811CB00011B/1204